கானல்

KAANAL

தீபஜோதி

தமது முதல் கவிதை நூலை வெளியிட்டு கவிஞராக வலம் வர இருக்கும் தீபஜோதிக்கு என் மனமார்ந்த பாராட்டுக்களும் வாழ்த்துக்களும். இளங்கலை தமிழ் இலக்கியம் பயிலும் தீபஜோதி ஒரு சிறந்த விளையாட்டு வீராங்கனை என்பது தெரியும். அவருக்கு கவிதைத்துவம் உண்டு என்பதற்கு "கானல்" என்ற இக்கவிதை நூலே சாட்சியாக அமைந்துள்ளது. தலைப்பிற்கு ஏற்றபடி வாழ்க்கையில் தனக்கு கிடைக்காத மகிழ்ச்சியை, ஏக்கத்தை நிறைய இடங்களில் பதிவு செய்துள்ளார். பெண் குறித்த தனது பார்வையை, கருத்தோட்டத்தை ஆணித்துவமாக பதிவு செய்துள்ளார்.

திருமணத்திற்கு தயாராகும் பெண்ணை பெண்பார்க்கும் படலத்தில் அவள் பெற்ற கல்விக்கான பட்டத்தைப் பார்க்காமல், அவள் தந்தை என்ன கொடுப்பார் என்பதையே எதிர்பார்ப்பாக்க கூறும் பொழுது,

பெண்ணின் கனவுகள்

" இவன் என

என்னும் வேளை

அவன் என்றால்

கானல் கனவுகள்

கானலாய் மறைகின்றன "

என குறிப்பிட்டுள்ளார்.

காடுகள் அழிக்கப்பட்டு வருவதை சமுதாயச் சாடலாகக் கூறும்

பொழுது,

" எங்களது

முகவரியை

தொலைத்து விட்டோம்

தேடித் தாருங்கள்

மனு கொடுக்கிறது

காட்டு விலங்குகள் "

என்று பதிவு செய்துள்ளார்

" மெழுகின்

நிழலில்

படிப்பவர்களிடம்

கேட்கிறோம்

மறைமுக வருமானம் "

என்று லஞ்சம் பெருகி இருப்பதை, படிக்கின்ற ஏழை
மாணவர்களையும் அதை விட்டு வைக்கவில்லை என்பதை
வெளிப்படுத்தி உள்ளார்.

" குப்பைத் தொட்டியும் மறுக்கிறது

எனக்கு குழந்தை

வேண்டாமென்று "

என்ற கவிதை வரிகளில் பச்சிளம் குழந்தைகள் அனாதையாக
குப்பைத் தொட்டியில் வீசி எறியப்படும் அவலம் இன்னும் தொடர்
கதையாகவே இருப்பதை தன் உள வருத்தமாக பதிவு செய்துள்ளார்.

பல்வேறு கோணங்களில் சிந்தித்து தன் சிந்தனைச் சிதறங்களுக்கு
வடிகாலாய் கவிதையில் அமைந்திருக்கும் தீபஜோதியின் "கானல்"
கவிதை நூல் வறுமை கோட்டிற்கு கீழ் வாழும் எல்லோருடைய
குரலாகவும் ஒலித்துள்ளது. கருத்தாழம் மிக்க இந்த "கானல்" கவிதை
நூல் இனிவரும் காலங்களில் மாற்றம் வேண்டி எழுதப்பட்ட நூலாக
அறிய முடிகிறது. தீபஜோதி இந்த ஒரு நூலோடு நின்று விடாமல்
இன்னும் நிறைய கவிதை நூல்களை படைத்திட வேண்டும்

என்பதோடு பாராட்டுகளையும் வாழ்த்துகளையும் உரித்தாக்குகிறேன்.

முனைவர் நா. கலைவாணி
முன்னாள் தமிழ் துறை தலைவர்,
கொங்கு கலை அறிவியல் கல்லூரி (தன்னாட்சி) நஞ்சனாபுரம்
ஈரோடு.

பொருளடக்கம்

பொருளடக்கம்

பொருளடக்கம்

பொருளடக்கம்

பொருளடக்கம்

அத்தியாயம்1

உடைந்த பைப்
சிந்தும்
நீர்த்துளிகள்
இரண்டு
சொட்டுகள் தானே
நாளை
டேங்கில்
நீர் இல்லை
இன்று
தண்ணீர் வராது

அத்தியாயம் 2

அண்ணன் சட்டை

அவனின்

சட்டையை

அணிந்து கொண்டேன்

கம்பீரம்

வரவில்லை

கண்ணீர்

தான் வந்தது

அத்தியாயம் 3

கிழிந்த சேலையும் அழகே

ஐந்து சீலையே

கொண்ட

என் அம்மா

அவற்றின்

ரகசியம் அறிவாயோ...

தனிமையின் வேளை

எனை தாலாட்டுவது

உன் சுவாசமே...

அன்று

நான்

உன்னை

தேடாமல் இருக்க

பாச கருவறை

உன் சீலையிலே

அமைத்தாய்...

நீ

நனைந்த

என் தலையை

உன் முந்தானையில்

தேய்த்தபோது

என் உலகமே

உன் ஆடைக்குள்

புதைந்தது...

உன் சேலையை

கட்டி தடுக்கி

விழுந்த போது

சரியாக

கட்டி அழகு பார்த்தவளே

என் அம்மா

உனை கடவுலென எண்ணி

ஓர் வரம் கேட்கிறேன்

நான் மாய்ந்த பின்

எனக்கு

பூ படுக்கை

வேண்டாம்

எனை

ஈன்றவளின்

கிழிந்த

சிலையை வேண்டும்

அத்தியாயம்4

நாற்றிசையும் நீயே

சிலவேளை

நானும் நீயே

தோழிகளின் மத்தியிலும் தோழனையே காண்கிறேன்

எவர் கடக்கினும்

புரியாமல் திகைக்கிறேன்

பெயர் கேட்கும்

வேளையில்

உன் பெயர்

என் பெயராய்

விடுமுறை நாட்கள் வெறுக்கப்பட்டன

இடைவேளை நிமிடங்கள் ரசிக்கப்பட்டன

ஆசிரியரின்

பாடப் பாஷைகள்

கூட புரிவதில்லை

உன் கண் பாஷைகள் புரிகிறது

ஆயிரம் வார்த்தைகள்

ஆசிரிடம் பெற்றாலும்

உன் கடைகண் பார்வை

மாற்றி விடும்

அத்தியாயம்5

[8:15 PM, 25/02/2023] Madhankumar Tamil Dep

Kasc: பருப்பு தொடங்கிப்

பாயாசம் தொடர்ந்து பொரியலிலும் முடிக்காத ராணியே..

எப்போதும்

ஜன்னலில் வழி

எங்களையே

காணாதே பெண்ணே

சற்றேனும்

ஜன்னலை மூடி

வியர்வையை

துடைத்துக் கொள்

அப்படி

சமையல் அறையில்

என்ன மறைத்து வைத்திருக்கிறாய்

நான் விழிக்கும்

முன் தொடங்கி

உறங்கிய பின்னும் பாதுகாக்கிறாய்

எந்தன்

சுவை அறிந்தவளே

என்றேனும்

உன் சுவை

அறிந்துண்டோ

இல்லை
நீ சமைத்த
உணவை தான்
முதலில்
ருசித்துண்டோ
சுயநல உலகில்
பெரிய சுயநலம் கொண்ட
என் அம்மா
நீ
இருக்கும் வரை
உன் குடும்பம்
சிரித்துக் கொண்டே தான் இருக்கும்
தனிமையை விடுத்து
என்னுடன் நாமாய்
எனக்கு உணவளித்து
உன்னம்மா...

அத்தியாயம் 6

ஆறு

வருட

காதலும்

அறுந்து விடுகிறது

அவசர

உலகின்

அவசரத்தில்

அத்தியாயம் 7

மெழுகின்
நிழலில்
படிப்பவர்களிடமும்
கேட்கிறோம்
மறைமுக வருமானம்

அத்தியாயம் 8

இருக்கும்போது

அறியப்படுதில்லை

இவரின்

திறமைகளை

இல்லாத போதே

அறிகிறோம்

தலைப்புச் செய்திகளாக

மதிப்பெண்

குறைவால்

இத்தனை

மாணவர் மரணம் என்று

அத்தியாயம்9

இவர்கள்

பரிசுகள்

கேட்கவில்லை

இருப்பினும்

ஏனோ

ஆறுதல் பரிசு

அளிக்கிறோம்

மூன்றாம் இனத்தவர்

என்னும் பட்டம்

அத்தியாயம்10

காதல் தேசத்தின்

ராணிகள்

இவர்களே

யார் என்று தெரிகிறதா அவர்களே

நாங்கள்

அவனின்

துணையற்ற

அவளின் அவள்

அத்தியாயம்11

முடியாத இரவுகள்

சாத்திக்

கொண்டே தான்

இருக்கிறார்

தந்தை

கதவுகளை

விரட்டிக்

கொண்டே தான்

இருக்கிறாள் அம்மா

கொசுக்களை

சாரலும்

நிற்கவில்லை

கொசுவின்

கடியும் குறையவில்லை

குளிரில்

அழுகிறான் தம்பி

விவரம்

அறியா

இவனுக்கு

எப்படி தெரியும்

நாம்

இருப்பது

சேலை வீடு என்று

அத்தியாயம்12

காணும்

கண்களே

காணாமல்

செல்லுங்கள்

அவர்களின் கரங்களைக்

கொடுத்தால்

குறைந்து விடும் எண்ணிக்கைகள்

அத்தியாயம் 13

வானில்

என்ன தெரிகிறது?

மேகங்களா?

இல்லை

இல்லை

புகையும்

புகையின் உறவும் தான்

அத்தியாயம்14

என்று என்னுடையதோ

வேலையில்லா பட்டதாரி சம்பளம் மாதம் பத்தாயிரம்

சைக்கிள் இல்லாதவன்

வெறும்

ஐந்து லட்சமே

ஹீரோ ஹோண்டா

அடுத்த வேளை உணவில்லாதவன்

பிரியாணி

முந்நூறு ரூபாய்

ஒதுங்க இடம்

இல்லாதவன்

வீட்டுமனை

வெறும் 5 லட்சம்

மட்டுமே

தண்ணிரால்

தாகம் தீர்க்க

முடியாதவன்

ஆனந்த பானத்திற்காக

எச்சில் விழுங்கிக் கொண்டே தான்

இருக்கிறோம்

அத்தியாயம் 15

திருமண

பந்தத்தில்

உறவென

ஒரு முகம்

வந்தது

பத்து

மாதத்தில்

மூன்று முகம் ஆனது இதுவல்லவா

இறைவனின் கொடை

அத்தியாயம் 16

ஜன்னலோர
இருக்கையில்
புதிய பாதையில்
முடிந்த நினைவுகள்
ஒற்றை பாடல்
கடக்க முடியாத
வலிகள் கண்ணில்
நிறுத்தம் தாண்டியும்
கண்ணீரில் பயணம்

அத்தியாயம் 17

மூக்கின்

மீது

கை வைத்து

செல்லுங்கள்

சாக்கடை தொழிலாளி

மூன்று நாள்

விடுமுறை....

அத்தியாயம் 18

வானம்

தெரியாத

மேகம்

நாங்களே

சோகம்

கொள்ளும்

மேகங்களே

எங்களுக்கு

வானம் காட்டுங்கள்

உங்களின்

கரங்களால்...

அத்தியாயம் 19

என்றேனும்

நேரமிருந்தால்

எந்தன்

கல்லறைக்கு

வாருங்கள்

இப்படிக்கு

உண்மை

அத்தியாயம்20

பெண்ணே

நீ யார் என்று

அறிவாயோ

ஒழுகும்

ஓலை அரண்மனையின்

ராணி நீயே

ஆடம்பரம் துறந்தவள்

விழாக்கள் துறந்தவள் பட்டாடை துறந்தவள்

ஏன்

உன் உறக்கமும்

துறந்தவள் நீ

இந்நாள் வரை

என் பசியை

போக்கியவள் நீ

இப்போது

ஏன் உறங்கிக் கொண்டிருக்கிறாய்

பசிக்கிறது

எழுந்திரு

எனக்கு புரியுமோ

நீ

எழ மாட்டாய் என.....

அத்தியாயம்21

விளக்கம்

அளிப்பதால்

தவறு

என்னில் இல்லை

மன்னிப்பு

கூறாததால்

உன் மேல்

கோபமும் இல்லை

என் நிழல்

எனை

நீங்கிய வேளையும்

எனை

தொடர்ந்தவன் நீ

என்னை விட

அதிகம்

உன்னையே அறிவேன்

பொய் காரணங்கள்

தேவை இல்லை

சிறிய இடைவேளைக்காக..

அத்தியாயம் 22

சேதி சொல்கிறேன்
செவி கொடுங்கள் சென்றவர்கள்
வர மாட்டார்கள்
செய்திகளைக் கேட்க
சேதி சொல்லவே
வருவார்கள்
அவர்களின் குறைகளை

அத்தியாயம் 23

எனக்கு

சில

கரங்கள்

தேவைப்படுகிறது

வயிற்றை

ஏமாத்த

ஒரு டிக்கு

அத்தியாயம் 24

அவனின்

அணைப்பில்

மயங்கி விட்டேனோ

உலகம் அறியாமல் உறங்குகிறேன்

அத்தியாயம் 25

உடைந்துவிட்டேன்

கண்ணாடியைப் போல சிதறிவிட்டேன்

தண்ணீரைப் போல

சிலரின்

பாத அடியில்

எறும்பாக

அத்தியாயம் 26

நடக்காத

ஒன்றை தான்

சொல்கிறேன்

கதைகளையே

சொல்கிறேன்

அவன் எனக்காக

வரமாட்டான்

அத்தியாயம் 27

செவி வழியாக கேள்விப்பட்டேன்

ரேஷன் கடைகளும் தெருக்கடைகளும்

ஒன்றாகிவிட்டது...

அத்தியாயம்28

சத்தியமாக

பெருமைக்காக

கூறவில்லை

சில

தெருகளுக்கு

சாலை இல்லை

பல குடும்பங்களுக்கு

தண்ணீர் இல்லை

அவசரத்திற்கு

ஆஸ்பத்திரியும் இல்லை

பல பெண்களுக்கு

பட்டமே இல்லை

இப்போதும்

பெருமைக்காக

கூறவில்லை

நாங்கள்

சுதந்திரம்

பெற்று விட்டோம் என்று...

அத்தியாயம் 29

சாலை தெருவிலே

தனித்தவன்

நானே

வழி தவறுபவனுக்கு

உதவியாளனும்

நானே

நான் யார் என்று

தெரிகிறதா

சாலையோரத்தில் இருப்பவன்

அத்தியாயம்30

தேவையற்ற பொருட்கள்
வீட்டில் கிடங்காய்
இலவசம்
தள்ளுபடி
மந்திரச் சொற்களால்

அத்தியாயம்31

அவனும்
இங்கு இல்லை
நானும்
அங்கு இல்லை
இருந்திருந்தால்
சிரிப்பின் நடிப்புகள்
இருந்திருக்காது

அத்தியாயம்32

சூள் உரைக்கிறேன்

உன்னை

நினைக்க மாட்டேன் என்று மறந்து விட்டேனோ

சூளுரையை

அத்தியாயம்33

ஆலமர நிழலில்
ஓடிக் கொண்டிருந்த
என்னை
இறுக்கி பிடித்து
மிட்சர் கொடுத்தால் தாய்
பிஞ்சு விரலால்
சிதறிய மிச்சர்கள்
சிந்திய மிச்சர்களை
சில காகங்கள்
திருடியது
சற்றென்று
பேரொளி
இயந்திரத்தால்
சாய்ந்தது ஆலமரம்
சிதறியது
பல காகங்களின்
அழகு மாளிகை
மாலையை மட்டுமா?
ஐயோ இல்லை
காகத்தின்
வெளிவரா
பிள்ளைகளும் தான்

அத்தியாயம் 34

மாணவனுடன் மாணவராய் தோழனுள் தோழனாய்

சிலநேரம் கோபித்தும்

பல நேரம் சிந்தித்தும்

ஆறில் ஐந்தாக

ஆகியவன் நீயே

சுயநலம் இல்லா

மனிதனுள்

என்னால் சுயநலமுடையவனே

உயர்ந்த நேரம்

கூட்டத்தில் ஒருவனாய்

சோர்ந்த நேரம்

சோகத்தில் ஒருவனாய்

நீ என்

தந்தை மட்டுமல்ல

தினமும்

உன் தாலாட்டு

பாட்டால் தாயும் ஆகிறாய்

அத்தியாயம் 35

அவனோடு

தான் இருக்கிறேன்

இருப்பினும்

தனியாக இருக்கிறேன்

அவனின் திருமணத்தில்

அத்தியாயம்36

வழக்கத்துக்கு மாறான

கண் விழிப்பு

நான்கு திசையும்

புரண்டு விட்டபோதும்

உறக்கமில்லை

முதுகு வலியால்

உடையும் எழும்புகள்

இவற்றின் அவஸ்தையிலும்

சோறு

குழம்பு

பொரியல்

இதிலும்

பல கோடி

பிழைகள்

பிழைகளுக்கு பதில்

சிறு புன்னகையே

இந்த சோறு குழம்பு

பொரியல் வேளையில்

அவள்

வயிற்று வலியால்

சுருங்கி அமர்ந்த எண்ணிக்கையும்

கழிப்பறைக்கு

நடந்த எண்ணிக்கையும்
அவளே அறிவாள்
நனைந்து இருப்பது
அவளின்
கை முந்தானை
மட்டுமல்ல
அடிவயிற்று
முந்தானையும்தான்....

அத்தியாயம் 37

எங்களது
முகவரியை
தொலைத்து விட்டோம்
தேடித் தாருங்கள்
மனு கொடுக்கிறது
காட்டு விலங்குகள்

அத்தியாயம்38

யானை வருது

யானை வருது

வெடியும் ஓசையும்

தீயின் ஒளியும்

உயரியது

இன்னும் பல

வெடிகள் வெடிக்கலாம் உற்பத்தி செய்யுங்கள்

நீங்கள் தான்

தீயின் வெப்பத்தை

அழிக்கவே

குலத்தின் மீது

வீடு கட்டி உள்ளீர்களே....

அத்தியாயம்39

அன்று
உனை எண்ணி
தலையணை
அணைத்துக் கொண்டேன்
அது எனை
எதுவும் செய்யவில்லை
ஆனால்
இன்று
உனை எண்ணி
தலையணையை
கண்ணீரில்
அணைத்து கொண்டேன்
அது என் கண்ணீரை துடைக்கிறது....

அத்தியாயம்40

கடலென ஆன

மக்களில் இவர்களே இரசிக்கப்படுகின்றனர் காதலர்களாக

ரசிக்கப்படும் வார்த்தைகள் காதில்

காயத்தை தருகிறது

இருப்பினும்

எவரும் அறிவதில்லை

இவர்கள்

ஒரு தாயின்

உதிரம் என்பதை....

அத்தியாயம்41

வருகைகள்

அவர்களின் வருகைகள்

ஆனந்தம்

அளிப்பதை விட

அர்த்தமற்ற

வலிகளை அளிக்கிறது

பெண்ணை

பார்ப்பதை விட

தந்தையின்

பொண்ணையே பார்க்கின்றனர்

கல்வியை பார்ப்பதை விட

காகிதங்களையே பார்க்கின்றனர்

பார்ப்பவர்கள்

பார்த்துக் கொண்டே தான் செல்கின்றனர்

பாவப்பட்ட பாதகியை

பார்க்கும் முகம்

எல்லாம்

பார்வையாலே சிதைக்கிறது

இவன் என

எண்ணும் வேளை

அவன் என்றால்

கானல் கனவுகள்

கானலாய் மறைகிறது

அத்தியாயம் 42

எனை கடக்கும் காற்றே

மழையோ வெயிலோ

புரியாத வேளை

காரணம் எவனோ

அவனும் இவனோ..

அத்தியாயம் 43

காயங்கள்

ஆயிரம் மத்தியில்

அனாதையாக

என் பிறப்பு

கருவறையில்

இன்பம் தந்தவள்

நானே

இன்று

எல்லா அறையிலும்

இன்பம் தருபவளும்

நானே....

அத்தியாயம் 44

தாங்கிய கரங்கள்
தஞ்சமடையும் வேளை
தாங்குமோ கரங்கள்

அத்தியாயம் 45

சில வேளையில்

வானமே

கனவுகள் ஆகிறது

இருப்பினும்

எவரும்

அறிவதில்லை

வானம் என்பதே

கனவு தான் என்று....

அத்தியாயம் 46

கல்லறை

காணும் வரை

காகிதங்கள் தேவையே

காகிதத்திலும்

எண்களே மதிக்கப்படும் போது

சில்லறையின்

நிலை என்னவோ..

அத்தியாயம்47

விண்ணப்பம் அனுப்புகிறேன் மீண்டும் ஒருமுறை

சுகம் கிட்டுமோ

தொட்டிலில்

போட்ட கைகள்

தலையில்

எண்ணெய் வைக்கவும்

ஆராரோ

பாடிய குரல்

ஆறுதல் சொல்லவும்

தாயின் தனிமையில் மகள்....

அத்தியாயம்48

உறக்கம் இல்லாத

இரவுகளிலும்

உறங்கிக் கொண்டுதான் இருக்கிறது

உன் மீதான

கோபம்...

அத்தியாயம்49

விவரம் அறியா

மணப்பெண்ணே

விவரம்

அறிந்து கொள்

அனைத்து

பதவிக்கும்

தகுதி வேண்டும்

ஜன்னல் வானம்

இருளும்

விடியும்

சமையலறை

பதவியை விட்டுவிட்டு

ஊதாங்குழலை வைத்துவிடு எழுதுகோலை எடுத்து விடு

அத்தியாயம்50

குரல்

இதற்கோ

தவத்தால்

பல கோடி

விந்து முன்னாடி

உதித்தேனோ

என் மகளே

என கொஞ்சியவரே

உன்னுடன் தானே விளையாடினேன்

எறும்பாக

உம்மின்

தழுவுகளை

தவறென எண்ணவில்லை நான்

ஆசை கொள்கிறேன்

உன் சகோதரியாக பிறக்க

அத்தியாயம் 51

கண்களால் பேசி

கைகளால் கைகோர்த்த அவனின் அவளையும்

அவளின் அவனையும்

பிரிக்க வேண்டாம்

உந்தன் சாதியால்

நீயும் நானுமே

நாம் என்ற உலகம்

பைபிள்

குர்ஆன்

பகவத் கீதை

அனைத்தும் ஒன்றே

இருப்பின்

பச்சை

சிவப்பு

மஞ்சள் சாயங்கள்

எதற்காக கையில்

ஒன்றை நினைவில் கொள்

முதலில்

மண்ணில் உதித்தது

ஓர் உயிரே

ஆகையால்

அனைவரும்

உன் உறவுகளே உறவென கொள்

சாதி வெறி கொலை

என்பதை நீ காணமாட்டாய்

இதுவும் உண்மையே

சாதியே

உண்மை என எண்ணினால்

சாதியின் இருள்

விடியும் வரை மட்டுமே....

அத்தியாயம் 52

சற்றுமுன்

என் அம்மா

என் அம்மா

சண்டையிட்ட இரு குரல்கள்

அவர்களா இவர்கள்

மூத்த பையன் அம்மா

செல்ல பையன் அம்மா

அத்தியாயம்53

என்னவளே

கருமேனி அழகே

கலைந்த கூந்தலாலும்

கிழிந்த புடவையாலும் ஈர்த்தவளே!

வயது பார்க்கா

உன் முத்தங்களால் அழுகிறேன் இன்று

உன் முத்தத்திற்காக

அத்தியாயம் 54

மங்கும் நேரம்
மயங்கிய கண்கள்
கலங்காதே அம்மா
கலக்கத்தில்
வரமாட்டார் தந்தை

அத்தியாயம்55

என்னவளே

ஒற்றை காதலால்

என்னை சுமந்தவளே

என்னால் ஓராயிரம்

கனவு கொண்டவளே

அந்த ஓராயிரம்

கனவிலும்

என்னோடு இருந்தவளே

உன் ஒற்றை

கனவிலும்

காணவில்லையோ

நீ இல்லா என்னை...

அத்தியாயம்56

மூன்று நாட்கள்

முதல் நாள் மகாலட்சுமி இவளே

உனது சகோதரியும் இவளே உனது தோழியும் இவளே அவனின்

தலைவியும் இவளே அனைத்திலும் இவளே

மாதம் ஒரு முறை

வேண்டாதவளும் இவளே

இவளின்

புரியாத கேள்வி இதுவே

இவளின் வியர்வை வேண்டும்

இவளின் இதழ் நீர் வேண்டும் ஆனால்

இவளின் மூன்று நாள்

கண்ணீர் வேண்டாமோ...

அத்தியாயம்57

சுழலும் முட்கள்
ஓய்வு கொண்ட
வேளையும்
இம்முள்
ஓய்வு கொள்ள இயலாது
அவளின் கற்புக்காகவும்
அவனின் கனவு காணும் இவளின் இவனுக்காகவும்
ஓடுவது அறியாமலேயே ஓடுகிறது இம்முள்

அத்தியாயம்58

உயிரும் உடலுமாய்
காதலும் பிரிவுமாய்
சண்டையும் சமாதானமுமாய்
முதலும் முடிவுமாய்
இவைகள்
கவிதைகள் அல்ல
அவளும் நானுமாய்
தொலைவுகள் வந்தாலும்
தொலைத்து விடுவோம்
தொலைவுகளை
காதலின் அர்த்தமும்
காயத்தின் மாயமும் உன்னாலே
அன்போ, கோபமோ
திமிரோ, அழகோ
என்ன காரணமோ
என்னை அடிமையாக்க
உன்னை சிறை பிடித்து
காக்க நினைக்கிறேன்
பிறர் காணாத வண்ணம்
கண்டவுடன் என்னவோ
உலகை மறந்து விட்டேன்
பேராசை தான்

உன்னை மட்டும்
கொண்ட உலகம் கொள்ள
ஆயிரம்
உறவுகள் கொண்டவளே
அந்த ஆயிரம் நீயே எனக்கு
உன்னை காணும்
சில அழகிய
நொடி பொழுதுகளுக்காக
என் ஆயுள்
உள்ளவரை காத்திருப்பேன்
அதிக இடைவேளை விடாமல்
சிறிய இடைவேளையிலாவது
என்னை நினை....

அத்தியாயம்59

வெள்ளைச்சுவரில்

சில கிறுக்கல்கள்

அளிக்க

மனமில்லை

இருந்தும்

அழித்துவிட்டேன்

உரிமை

இல்லாத

வீட்டால்

அத்தியாயம்60

சிறகுகளை
எரித்துவிட்டனர்..
பட்டாம்பூச்சி
இறந்து விட்டது..
வாருங்கள்
வாழ்த்துச் சொல்ல
செல்லலாம்
திருமணத்திற்கு..

அத்தியாயம் 61

ஆம்

நிர்வாணமாக தான் இருக்கிறேன்

ஆடை இருந்தும்

கைகள் இருந்தும் உணர்ச்சியற்ற

பொம்மையாக

அத்தியாயம் 62

எனக்கும்

பூக்கள்

பிடிக்கும்

இருப்பினும்

எப்படி

சுடுவது

நான்தான்

ஆண் ஆச்சே..

அத்தியாயம் 63

மணி சத்தம்

கேட்டதும்

அனைவரும்

சென்று விட்டனர் வகுப்பறையை விட்டு

அவர் மட்டும்

காத்திருந்தார்

நாங்கள் போட்ட

குப்பையை கூட்ட

அத்தியாயம் 64

திருமணத்தில்

தூக்கி

எறியப்பட்ட

பிளாஸ்டிக் கப்பே

நான்

உந்தன்

முன்னாள் காதலி

அத்தியாயம் 65

உனக்காக
வளர்க்கப்பட்டன
உன் வீட்டு
பூந்தோட்டம்..
மொட்டை
அடித்துக் கொண்டாய்
புற்று நோயால்..
பூ
வீணாகி கொண்டே
வருகிறது...
இன்றாவது
பறித்து
வரவா
உன் கல்லறைக்கு..

அத்தியாயம் 66

பிறந்து
விட்டேன்
வாழ்ந்து
விடுகிறேன்
உங்களின்
துணையற்று
உங்களின்
பின்னால்

அத்தியாயம்67

அழகின்

பதுமை

ஆயினும்

துணை

கிடைக்கவில்லை

துணிக்கடை

பொம்மை என்பதால்...

அத்தியாயம் 68

நல்லவர்கள்

வருகிறார்கள்

பர்ஸ்களை

மறைத்து

வைக்க...

அத்தியாயம்69

கனவுகள்

கனவாகி

விட்டது

பாஸ்காக

திட்டமிட்ட

கேள்விகளால்

அத்தியாயம் 70

குருவிக்கூடு கூடக்

கட்ட முடியாது

இனிவரும்

காலத்தில்

செங்கலும்

ஒரு மூட்டை

மண்ணும்

தாருங்கள்

சிலருக்கு

வீடு கட்ட...

அத்தியாயம் 71

உயிருள்ள

நானும்

உணர்வற்ற

நானும்

ஒன்றாகத்தான்

செல்கிறோம்

நாளும்

அத்தியாயம் 72

பீட்சாவை
தின்பதற்காக
தயிர்ச்
சோற்றை
மறந்து
விட்டோம்

அத்தியாயம் 73

பிச்சை

எடுப்பவர்கள்

பிச்சை

எடுக்கிறார்கள்

பிச்சை

போடுபவர்கள்

பிச்சை

போட்டுக் கொண்டே தான்

குப்பைத்

தொட்டிக்கு..

அத்தியாயம் 74

ஞாயிறு முதல் சனி

வரையான

நாட்களைக்

கடக்க

வாங்கிய

சிறு

தொகையே

இருளிலும்

நிழலென

தொடர்கின்றனர்

கடன் காரர்கள்

அத்தியாயம்75

விடியும்
விடியலும்
மறையும்
மாலையும்
அறியா செய்தவன்
வழக்கம்
மாறிவிட்டதோ
இன்று...
நகரும்
நிமிடங்கள்
விடிலிலும்
மறைவிலும்
நகராத
கண்ணீர்களாய் நீ

அத்தியாயம் 76

வாழ்நாளின்

ஒவ்வொரு

விடியலும்

விடியலின்

குறைவையே

கூறுகிறது

அத்தியாயம் 77

அவளும் நானும்

ஒன்றாக தான்

செல்கிறோம்

சிறு

வித்தியாசம் தான்

அவள்

டீ கடைக்கு

பார்சல்

கட்ட செல்கிறாள்

நான்

பள்ளிக்கு செல்கிறேன்

அத்தியாயம் 78

சட்டம்
செய்திடவே
வந்தேன் இங்கு
என்ன
செய்வது
சாயா கேட்டு
நிற்கிறார்களே
சாயா பிரியர்கள்

அத்தியாயம் 79

யாரிடம் களவாடியதோ

காலையில்

மட்டும்

சரி இல்லாத

உடல்நிலையும்

இமை மூடாத

மாணவரின் உறக்கமும்

அத்தியாயம்80

அவனின்

கண்ணில்

மட்டும்

பட்டு விடாதீர்கள்

புலம்பியே

வாங்கி

விடுவான்

அடுத்த

பாட்டிலுக்கான

பணத்தை

அத்தியாயம் 81

கருகிய
நிலத்தில்
முதல்
பூவை போல
கருகிய
டயரின்
சக்கரத்தின்
கீழ்
கையில்லாமல்
கையேந்தும்
பிச்சைக்காரனின்
மகனே
முதல் வகுப்பு மாணவன்

அத்தியாயம்82

கல்லறைச்

சென்ற

பின்னும்

இவர்களின்

கால் தடம்

மறைவதில்லை

அழியாத

காயங்களாக

இத்தனை

காயங்களாக

பதினாறு வயது

குழந்தைக்கு

அத்தியாயம் 83

இறந்ததோ
மனிதம்
ஆம்
இறந்து விடுகிறது
பறக்கும்
ஆயிரம்
சக்கரத்தின்
மத்தியில்
சிவப்பு
ஒலியின்
சத்தம்
கேட்கும் வரை

அத்தியாயம்84

நான்கு
திசையும்
செய்தி
அனுப்புங்கள்
உலகின்
கடைசி
விவசாயி
மரணம் என்று

அத்தியாயம் 85

அவளே

இவனின்

உலகம்..

இவளே

அவனின்

உலகம்..

காலத்தின் போக்கில்

அவனும் மனைவியும்

இவளும் கணவனும்

சந்தித்தனர்

தாய் வீட்டில்

அத்தியாயம்86

புவியிலே சொர்க்கம்

காண்போமா

பிஞ்சு

பாதங்களின் பின்னால்

அத்தியாயம் 87

சிற்றுரை உரைக்கிறேன்

காதல் தொடங்கி

காமம் தொடர்ந்து

பிரிவில் முடிகிறது

திருமணம்

அத்தியாயம் 88

ஆசைக்
கொள்கிறேன்
அவனின்
கைக்குள் இருந்திட..
நான் கைகுட்டை
இல்லை
கைபேசியால்
கைவிடப்பட்ட
எழுதுகோல் நான்....

அத்தியாயம்89

தாமதமாக
வந்ததற்கு
நூறு
சமாதானங்கள்
சொல்கிறாய்
நீ..
குனிந்து
மன்னிப்பு
கேட்காதே
நிமிர்ந்து
என் கலங்கிய
கண்களை பார்..
உன் அருகாமையை
இழந்த தவிப்பு
நானே அறிவேன்..
முத்தங்களும்
தழுவல்களையும்
விட அழகானது
உனக்கான
எனது காத்திருப்பு...

அத்தியாயம்90

இரவின்

துணைக்கு

நீ என் காதலன்

பகலின்

துணைக்கு

நீ என் குழந்தை...

அத்தியாயம் 91

காதலுக்கு

கண்கள்

இல்லை

என்பார்கள்

என் காதலுக்கு

உணர்வுகளே

இல்லை.

அத்தியாயம்92

ஸ்பரிசம்
கொள்ள
ஆசைப்படுகிறேன்
உன்னை...
என்ன செய்வேன்
எனக்கு தான்
கைகள்
இல்லையே...

அத்தியாயம்93

கொட்டும்

மழையில்

ஒதுங்க வந்தனர்

ஓராயிரம்

உறவுகள்..

உறவுகள்

ஆபத்தென்று

கதவுகளை மூடினேன்...

காலையில்

பார்த்தால்

கதவின்

வாசலில்

எண்ணிலடங்கா

ஈசல் இறகுகள்...

அத்தியாயம்94

அழகிய

புத்தகத்தில்

பாதியில்

கருப்பு வண்ணம்

பூசியது

யாரோ...

புத்தகம்

மதிப்பற்று போனது

அழகிய முடிவும்

இல்லாமல் போனது...

அத்தியாயம்95

படமாவது

பிடிக்கவும்

அவனின்

வியர்வையை...

நாளை

தேவைப்படும்

இவர்களே

விவசாயிகள் எனக் காட்டுவதற்கு...

அத்தியாயம் 96

குப்பைத்தொட்டியும்
மறுக்கிறது
எனக்கு
குழந்தை
வேண்டாமென்று...

அத்தியாயம்97

இரு
குப்பைத்தொட்டியும் அழைக்கிறது
இருப்பினும்
ஒரு குப்பை
தொட்டியும்
நிறையவில்லை
தெருக்களே
நிறைந்துள்ளது..

அத்தியாயம்98

அடுத்த

துப்பாக்கி

குண்டு

எனக்காக கூட

இருக்கலாம்

என கண்களால்

சொல்பவனே

உனக்கு

எவ்வாறு சொல்வேன்...

உன் துணை

ஏழு மாதங்கள்

வேண்டும் என்று...

சொல்ல முடியாமல்

இருக்கிறேன்

எந்தன் ராணுவனே...

அத்தியாயம்99

மாயம்

நிறைந்த

உலகமே

மயக்கத்தில்

விழுந்து

விட்டேன்

தண்ணீர் தாருங்கள்

அத்தியாயம்100

அறிமுகம்

இல்லா அண்ணனே..

விடியா கண்முழிப்புகள் இருளும் பகல்களும்

வெயிலிலும்

மழையிலும்

சிந்தும் வியர்வைகள்

நீ ஓடும் ஓட்டமும்

என்னை

ஓட வைக்கும் கோபம் வீணானதோ...

பத்தா சம்பளமாயினும் பாரபட்சம் பார்க்காதவன் நீ

மண்ணில்

விழும் வேளை

உந்தன் கரமே

தாயின் மடியாகிறது

உன்னாலே

அறிவில்லா

ஆட்டு மந்தை கூட்டம்..

நெடுதூரப் பயணத்தில் தொலைந்த எங்களை தொலைத்து விடு-

வாயோ?

மண்ட வேலை செய்யாதா?

வானத்தில் என்ன தெரியுது? பந்துல நெருப்பாய் இருக்கு?

வேகமா ஓடுமா..

கல்லால் அடிப்பேன்..
எரும மாடு..
பல்ல காட்டாத..
உந்தன்
கோபம் அன்புகள்
எங்களை சேராதோ
இப்படிக்கு
உந்தன்
அறிவில்லா
ஆட்டு மந்தைகள்

அத்தியாயம்101

ஆரம்பத்தில் அறியப்படுவதில்லை

இவையின் புனிதத்தை

முடிவிலேயே அறியப்படுகிறது

கரும்பலகையின் அழகையும் வகுப்பறையின் குப்பையும்

இரவெல்லாம்

காத்திருக்கும்

நமக்கான கதவுகள்

காலமெல்லாம்

தாங்கியிருக்கும் இருக்கைகள் நமது கிறுக்கல்களை

சுவரில் தடமெல்லாம்

நம்மின் கைத்தடமே

மதிய வேளையில்

அடித்துக் கொள்ளும்

டஸ்டரின் வலியும்

நீரின் தேவையும்

இனி நினைத்தாலும்

வருமோ?

இறுதியில்

சொற்களால்

முடிக்க முடிவதில்லை

கண்ணீரிலே விடையளிக்கிறேன்

கோபமும் இங்கேதான் மகிழ்ச்சியும் இங்கேதான்

நட்பும் இங்கேதான்

காதலும் இங்கேதான் தாலாட்டும் இங்கேதான்

கண்ணீரும் இங்கேதான்

இங்கேதான்

இங்கேதான்

உன்னை நீங்க முடியாத

அடிமையும் இங்கேதான்...

அத்தியாயம்102

பேனாவின்
முனையும் அழுகிறது
உனை பற்றி
எழுதுகையில்
உனது
பாத வெடிப்புகள் கூறும்
உனது வாழ்க்கையை...
மனதில்
காயங்கள் கொண்டு
இதழில்
புன்னகை தரும் தாயே..
பல் இழந்த பின்னும்
என்னுடன்
எதிர்காலம் நோக்கி
ஓடுகிறாய்...
தாய் மறந்த பின்னும்
நீ மறப்பதில்லை
எந்தன் தேவையை
இல்லாத
பொய்களை கூறி உணவளிக்கிறாய்
கதை சொல்லி
உறக்கம் அளிக்கிறாய்..

சுருங்கி
படுக்கும் வேளை
மருத்துவராய்
சுருங்கி
நிற்கும் வேளை
துணையாய்
நேரம் பார்க்காமலும்
வயது பார்க்காமலும்
எனது தோழியாய்
மணலில்...
எந்தன் ஆதியே
உந்தன் அந்தம் நானே
செல்லும் இடமெல்லாம் காலடியாய் நீ..
எந்தன் தேவதையே...
நான் உனது
பேத்தியாக இருக்கலாம் ஆனால்
நீயே என் முதல் பிள்ளை